The Human Field

Tran Quang Quy

Selected and Translated by
Nguyen Phan Que Mai & Jennifer Fossenbell

THE HUMAN FIELD

TRAN QUANG QUY

Poems

Selected and Translated by
NGUYEN PHAN QUE MAI & JENNIFER FOSSENBELL

Word Palace Press
P.O. Box 583
San Luis Obispo, CA 93406
wordpalacepress.com
wordpalacepress@aol.com

Cover Design
Van Sang

Layout Design
Garrett Stotko

Author Photograph
Nguyen Thi Thu

Book Typeset In
Minion Pro

ISBN: 0-9754653-4-1
ISBN-13: 978-0-9754653-4-9

Praise for The Human Field

Tran Quang Quy's verses are like bundles of rice plants: tight, heavy, and solid. Bearing the echo of modern life, they are so urgently loaded with frustrations and experiences that even when touching things that are old, they are made new: "and red blouse and red blouse and red blouse / and red wave and red wave and red wave / surged in me flowers of passionate spring..."
                                                            - Tuyet Nga, Poet

Flowing in the contemporary stream, Tran Quang Quy's poetry is vigorous, yet hides a smoothness, a sensitivity before the beauty of nature, humanity, and the soul's reach for goodness. His poems match modernity in his methods, his idealism, and the details of daily life, which have been given lives of their own.
                                                      - Nguyen Trong Tao, Poet

Behind Tran Quang Quy's poetry stand plural sentiments laden with plural confidences and states of minds. Here are great philosophies about life, expressed so lightly.
                                                    - Hoang Nhuan Cam, Poet

In the Olympics of Vietnam at the beginning of the new century, Tran Quang Quy the archer, with his tightly stretched philosophical bow, with his sharp images, with his confidence in feeling, shoots at freshness with his lines flying like arrows, his melody crafting a mysterious world.
                                                      - Nguyen Thuy Kha, Poet

To humans, everywhere

CONTENTS

INTRODUCTION

VIETNAMESE SOUL AND HUMAN VALUES
IN TRAN QUANG QUY'S POETRY

It is a distinct possibility, had Walt Whitman's birth been
delayed by a century and a half and displaced by half a globe,
that he would have written poems something like Tran Quang
Quy's. Tran's voice is carried through leaves, high and low. It is
unabashed and aware of its own strength. It sings of itself:

> I am whole with an unchanging heart
> You come again and again I sing
> a chest full of passion to give to you.
> -"Gift"

His poems level the field of human existence by placing all the
people it captures – ugly and beautiful, wretched and proud,
desolate and hopeful – on level ground. It is an act of
equalization through poetry. So the dignity and ache of the
working man and woman come to life, as the poems "sing
ceaselessly about people fated to be spattered all year long with
mud." In these stanzas, "the sad human hymn sings out."

Tran's penetrating powers of observation, which lend his poems
physical specificity and emotional piquancy, seem at times like
a gift of x-ray vision. The lines carry the reader through sensual
landscapes, engaging multiple senses and appealing to many
shades of longing, hope, love, nostalgia, and loss. His eyes are
keen and yielding, capturing rivers and forests, human faces,
sown fields, country roads, women and men, and the messy

collage of city life. The gift of this collection is that a reader gets to borrow his eyes for a while, seeing what he sees from where he sees it.

Historically speaking, it's astounding what a difference thirty-five years makes. For the current generation of twenty-somethings and teenagers living and working in Vietnam and elsewhere, the full force of this change is likely difficult to grasp. Only a generation ago, when the parents of today's youth were young, a collaborative translation effort such as this—between an American and two poets from Hanoi—was almost unthinkable. Now, as a wider audience begins to find and read these poems, whole eras of conflict will continue to recede as the changeable waters of history lap at our feet. Still, as they must, periods of war mark people in ways that we cannot and may not want to erase, at least not completely. Tran Quang Quy speaks to the ways that war can alter a man's memories, but there are deep pockets of his soul that can't be touched:

> It's me here
> Please don't be distant and please don't look at me that way
> even if I bear a wound on my body
> I am whole with an unchanging heart
> -"Gift"

War cannot reach backwards, cannot change where a man was born, or what his parents and grandparents taught him. The War that many of us, myself included, have only seen on screens and pages, left its indelible stamp on countless people, but as we hold these poems on our tongues and in our hands, may we be reminded that true healing within and between nations and their body politic does happen. The very bodies of these poems—scarred and beautiful, re-animated now in English , are proof of that mending passage of time.

Part of seeing the world through Tran's eyes is accepting contradictions with grace. He is grounded in one identity that is entirely bound to homeland, language, and culture, but equally in another that gestures beyond specificities of time and place. Seeming incongruities unite, so what we thought were two sides of a coin are shown to be just two adjacent surfaces of a multi-faceted stone. Fortitude and frailty, abstraction and physicality, microscopic detail and vast reach, assert themselves with equal presence.

In "Old Quarter," the speaker acknowledges his own heritage while embracing an increasing mingling with an international community: "take Western them, mix with Vietnamese us / to become this interlacing culture." We find examples of the inherent contradiction of modernization and tradition:

> Hope mingles with nylon, ripped paper, rusted metal, cans of food
> as if they are gleaning the fields –
> the fields they have sold so cheaply.
> -"The Country Women Go Into the City"

He questions what is being sacrificed in the name of what kind of progress. He points to the people deserving of recognition and recompense, who are instead undersold and left to glean from the city's metaphorical and actual trash piles.

While in Tran's poems about rural life, the loneliness and

dignity of hard labor for meager return rings through, a tough and ancient alternative to the urban struggle – and often overlaid one on top of the other. In his characters – his mother, other women from the country, his grandparents, his father – we get a glimpse of the thankless weight and ambiguity of a rural existence.

> I have opened my life
> on my father's plough slaving away
> and deep in me there lies a sacred field with no harvest season
> -"The Field"

Yet the composite image of even these bent figures paints a gentle scene. Each is tied to the other by work and sweat, "as if [they] were seed[s], to continue the generation of furrows."

Tran's poems continually preoccupy themselves with the relationship between man and land – both deserving respect, and always both concordant and in conflict. Again and again, the result of the 'man vs. the earth' encounter is the same: while man leaves a powerful legacy, the earth's has greater power to subsume. So farmers and all must "accept their fate" of "one day rotting beneath centuries of fungus." In this construction of the world, the field becomes the actor and the farmer the object which is acted upon: "All of them have harvested this field /and this field has harvested them." A mother figure appears as a tool – "Cold wind on winter days blows to blunt my mother's back" – and again as a pair of hands, as a shadow.

By the forces of the natural world, the human can be broken down into a collection of component parts.

Similarly, the natural can cohere into an animated essence, at times with its own sort of humanity.

Indeed, nature is more than an abstract idea in Tran's poems. It is a living entity. So the river becomes a drinking partner with cries of "Some wine! Some wine! I am with the Da River / Raising a cup that still flows after a thousand years," while rice seeds become the silent receivers of a farmer's fervent prayers:

> Stir your bodies, oh seeds!…
> I hear my mother's breathing choked with worries
> Please, grow, please do not be so silent
> Do not keep hope deep down in the earth
> -"Singing to Call the Seeds"

Those who love poetry know the translation of it is a necessary, and necessarily flawed, endeavor. Like language itself, like human life itself. Nguyen Phan Que Mai and I have started from two vastly different linguistic shores, and tried to find poetic ground somewhere between them. For one thing, contemporary Vietnamese poetry sometimes maintains a tradition of syllabic meter that carries a less formal feeling than its English parallel—and is, furthermore, impossible to recreate with English polysyllabic stress patterns. Another marked difference lies in the six distinct tones of Vietnamese, which are inherent to each word's lexical meaning. The tones provide a resource for sound-play—tonal rhyming, puns, and patterns—that lie outside of the capabilities of English. Despite the syntactic and musical incongruities, however, we have endeavored to carry across an echo of Tran's voice – a reflection of his feeling and his craft. "And one day, calmed before the mirror, I suddenly grasped many languages."

Lucky for us, Tran's poems themselves are records in song of the magic and flawed potential of our species, so we have already been granted permission to achieve imperfection. We are confident that, in their English versions as in Vietnamese, Tran Quang Quy's are poems that, once you've read them, will seem to have always existed. They remind us why poetry is necessary, and why we are necessary to one another, "drifting away endlessly on the human field."

Jennifer Fossenbell
Hanoi, 2011

CÁNH ĐỒNG

Tôi lại nghe dào lên cánh đồng cỏ đêm giàn giụa trăng
Đâu đó bước chân nghẽn trong bùn quánh
Mùi rơm thơm gợn thối ngang đồng

Những thửa ruộng
Như con dấu vuông đóng dấu đời người trên bùn đất
Giọt mồ hôi truyền kiếp
Loang áo sương, bạc mắt người thân
Đất sinh nở những mùa vô định

Nơi ông bà tôi đã yên rồi
Bóng dáng người di cảo trong hạt thóc
Người nông dân đi suốt đời mình
Còn truyền lại lưỡi cuốc cùn như báu vật
Tất cả cùng hái gặt trên cánh đồng này
Và cánh đồng đã gặt hái họ

Tôi đã mở cuộc đời ra
Trên lưỡi cày cha lầm lũi
Và sâu thẳm trong tôi một cánh đồng thiêng không mùa vụ
Mẹ tôi
Gieo gặt lòng nhân từ
Màu mỡ cất từ trái tim khổ hạnh

Người đã thả tôi lên mặt đất
Như hạt giống nối luống cày thế hệ
Xanh lên xanh lên niềm tin cỏ biếc
Phiêu diêu dằng dặc cánh - đồng - người

THE FIELD

Again I hear the grass field at night overflowing with moonlight
footsteps somewhere stuck in thick mud
the scent of hay blown across the field

The paddies
like square badges stamping human lives into the muddy soil
drop of sweat passing through generations
spreading into shirts of dew, fading eyes of love ones –
the earth giving birth to uncalculated seasons

Where my grandparents lie still
their figures leave their legacy in the rice seeds
the farmers go through their lives
passing on the blunt hoe like a jewel –
All of them have harvested this field together
and this field has harvested them

I have opened my life –
on my father's plough slaving away
and deep in me there lies a sacred field with no harvest season
My mother
cultivates and harvests compassion
richness distilled from the suffering heart

She has released me onto the surface of the land
as if I were a seed, to continue the generation of furrows
Greening, greening, a belief in emerald grass
drifting away endlessly on the human field.

NHỮNG PHỤ NỮ QUÊ VÀO THÀNH PHỐ

Từng bước chân nhàu những buổi chiều
Lòng kiên nhẫn nhả gót
Những mảnh chai rình rập sau cơn bia
Chiếc đinh gỉ mật phục dưới đám rác có vẻ mặt đô thị.

Cứ thế
Mặt trời dắt họ héo dọc mùa hè
Cơn mưa dắt họ đi như bầy lá rũ
Một bình minh đồng nát
Một hoàng hôn bãi rác
Gánh cả mùa màng thấp thỏm trĩu trên vai
Và hy vọng có khi chỉ lớn bằng một manh áo trẻ thơ
Manh áo đâu đủ thấm những giọt nước mắt
Thăm thẳm sau lưng một nỗi làng.

Những phụ nữ thôn quê vào thành phố
Tôi thấy họ mỗi ngày, kẽo kẹt đi mòn phố
Giấu sau lần ngực lép một đôi môi quờ quặng tìm sữa
Giấu dưới vành nón cũ thì thào tiếng gọi mẹ
Hy vọng được trộn với ny lông, giấy vụn, sắt gỉ và đồ hộp
Như thể họ đi mót lại những cánh đồng
Nơi chính họ đã từng bán rẻ.

THE COUNTRY WOMEN GO INTO THE CITY

Each footstep wrinkles the afternoons
patience releases its heel
glass shards lurk after a beer party
rusty nails lie in ambush under trash piles with city faces

Like that –
the sun leads them withered alongside summer
the rain leads them like a school of worn leaves
a scrap-iron sunrise
a garbage-dump sunset
they carry the anxious harvest heavy on their shoulders
and sometimes promise comes only as big as a child's shirt –
the shirt not enough to mop the tears
hollowed behind their backs, the sphere of their village

The country women go into the city
I see them each day with poles creaking on their shoulders,
    wearing small paths
Hiding in their flat chests, a pair of lips aimlessly seeking milk
Hiding under old straw hats, a frail call for mother
Hope mingles with nylon, ripped paper, rusted metal, cans of
    food
as if they are gleaning the fields –
the fields they have sold so cheaply.

HÁT GỌI HẠT GIỐNG

Hãy cựa mình nào
Mẹ ta gieo xuống
Mẹ gieo vào đất một đời hy vọng
Một đời đi mãi mà không ngoài ruộng
Một đời ru mãi vẫn trong cánh cò

Tuổi xanh của mẹ ngược về xa xăm
Chỉ còn tiếng chân mỏng dần trên đất
Hãy cựa mình nào hạt ơi nghe chăng
Gió lạnh ngày đông thổi cùn lưng mẹ

Một đời gieo hạt để đất làm đất
Một đời mong khát cho cây làm cây
Bao nhiêu trái ngọt bàn tay dâng hết
Bao mùa hái gặt trên bóng mẹ gầy

Con đường chiều quê xiêu xiêu gánh rạ
Thăm thẳm bờ đê dốc hun hút gió
Cối trầu trong khuya cầm canh đèn đỏ
Cựa mình hạt ơi!

Ta nghe sương rơi ta nghe mưa rơi
Mà nghe mẹ thở nghẹn từng âu lo
Hãy mọc lên nào đừng im lặng thế
Kẻo mà hy vọng mãi là trong đất
Kẻo mùa hái gặt mãi là trong mơ...

SINGING TO CALL THE SEEDS

Please stir your bodies, oh seeds
my mother has sown
She has sown into the land a life of hoping
A life where she goes on forever, but can't step outside the border
  of the fields
A life where her lullabies sing without end, trapped under the
  heron's wing

Her youth recedes into the far-flung distance
leaves only footsteps diminishing on the ground
Please, stir your bodies, have you heard me seeds?
Cold wind on winter days blows to blunt my mother's back

A life of sowing seeds for earth to be earth
A life of thirst for trees to be trees
All the sweet fruits her hands had tendered,
innumerable seasons have harvested her thin shadow

The native road in the afternoon, the loads of straw staggering
bottomless dike, swirling windy slope
betel mortar late at night watches for red lights
Stir your bodies, oh seeds!

I hear the dew falling, I hear the rain falling
I hear my mother's breathing choked with worries
Please, grow, please do not be so silent
Do not keep hope deep inside the earth
so that the harvest is an unending dream.

MẮT THẲM

Trong ánh mắt của người nông dân
Tôi thấy từng vết rạn cánh đồng tháng chạp
Lấm tấm chân cua bò ngang số phận
Cọng rơm ngày không thóc!

Trong mắt chú bé đánh giày kia
Tôi thấy rồi, một bầu trời bàn chải
Niềm vui bé thơ lặng im trong túi!

Soi mắt em mười sáu mùa trăng
Một lần thiếu nữ
Sinh những cơn mưa chiều, những buồn suông ghế đá
Bạc tóc đời
Bạc tóc yêu!

Những đôi mắt khẩn hoang lần tìm lòng thiện
Lòng thiện bôi trơn trên những mũi giày, lặng thinh qua phố...
Chảy vào tôi chảy vào tôi dòng thẳm
Tôi có họ mỗi ngày bằng những ánh mắt
Tôi có họ mỗi ngày bằng những ánh mắt.

SOULFUL EYES

In the farmers' gaze
I see every crack of the *tháng chạp* field
dotted with crabs' legs scuttling across their fate –
a straw in a day without rice!

In the eyes of that shoeshine boy –
Oh I see a whole sky of brushes,
childhood happiness keeps quiet in pockets!

Mirrored in your eyes, sixteen seasons of the moon
once a maiden
giving birth to afternoon rains, sadness set free on stone
  benches –
life's hair graying
love's hair graying!

Pairs of eyes grope, wild for kindly souls
kindly souls polish shoe tips, cross the streets cold…
flow into me flow into me a bottomless stream
I have them each day with those gazes
I have them each day with those gazes

Tháng chạp: The last month in the lunar calendar

DU CA NHỮNG ĐƯỜNG CONG

Đó là vầng mặt trời gọi những ban mai bừng giấc
Ngày mới đến cũng là ngày ta cũ
Thời gian chảy mong manh giữa đôi bờ hư thực
Tôi du ca trong những buồn tênh!

Đó là một vầng trăng khuyết trong bao thổn thức
Treo nỗi đợi chờ
Rụng những mùa quá lứa
Du ca đau lồi lõm vết đời!

Tôi du ca trên những làn môi
Hạnh phúc thì gầy
Khổ đau thì mặn
Làn môi đẹp mở cả khuông trời lạ
Em - đường cong mỹ cảm
Người đã xa bỏ ngày xưa vắng
Tôi du ca trên những tình không!

Tôi du ca trên những đường cong
Đường cong đan díu
Đường cong mộng mị
Tình yêu có lỗi gì khi trái tim khát dâng bày tỏ
Chính khi đó đã một điều kỳ lạ
Cuộc sống tái sinh từ giao điểm những đường cong.

WANDERING SONGS OF THE CURVES

There, the halo of the sun is calling the dawns to wake brightly,
new days come at the same time as I grow old
Time flows fragile between two banks, imagined and real –
I sing wandering songs amid unutterable sadness!

There, the crescent moon in its immeasurable heaving
hangs the longing
falls the aged seasons
Aching, wandering songs ripple like life's imprint!

I sing wandering songs on those lips
happiness is gaunt
suffering is salty
Lovely lips open up the whole undiscovered heaven
You, the curve of beautiful sense
You have gone far away, abandoning empty days long-gone
I sing wandering songs amid empty love!

I sing wandering songs on the curves
tangled curves
nebulous curves
Love isn't to blame when the heart opens thirstily
then a remarkable thing happens –
Life born again from the crossing of the curves.

MÙA THU XA

Em đi xa mùa thu bỏ ngỏ
Lá rơi ngõ chiều bâng quơ
Bếp im lửa
Que diêm buồn, im hộp
Anh một mình hoang dại nỗi không em

Mùa thu xa nhau mùa thu rất rộng
Rót bao nhiêu thương nhớ cũng không đầy
Ngày lơ lửng treo giữa miền xa cách
Tiếng em về thi thoảng đâu đây

Giọt sương vừa thả cuối hoàng hôn
Như mắt ướt một chiều li biệt
Vội vàng hôn
Vội vàng đi khuất
Để mùa thu đứng héo một mình

Vắng guốc xưa về vắng nỗi lo toan
Vắng dịu ngọt vắng cả ngày em giận
Ta bé nhỏ hạnh phúc tìm quá rộng
Mọi nẻo đường còn một nẻo đường em

Kìa lá thu đã rụng xuống dần
Anh cúi nhặt chút mùa thu vừa mất
Như ở nơi nào em thổn thức
Động trên cành một chiếc thu bay

14 - 10 - 1988

19

FAR AWAY AUTUMN

You go and autumn is left deserted
Leaves fall absent-minded into an afternoon lane,
the kitchen quiet without flame,
the matches sad, staying silent in their box
I am left alone and wild with being without you

The autumn grows too large when we're apart –
filling it up with so much yearning, still it is not full
Days hang in the distance, mid-air,
your voice comes back here and there

Dew drops at the close of sunset
like moist eyes the afternoon we said goodbye
kissing in a hurry
walking away in a hurry
leaving the autumn standing withered, alone

Without the echo of your wooden shoes returning, without worry
without the gentle sweetnesses, without days when you're upset
    with me
I am small; happiness is too broad to find
Of all the roads there is only one road. You.

Look, the leaves have fallen little by little
I bend down to pick up a little autumn I just lost
as if somewhere you sob.
Stirring on its branch, an autumn takes to the air.

14 Oct. 1988

QUÀ TẶNG

Anh đây
Vồng ngực của đất đai đây, đôi tay của nắng
Một góc lòng em trong cơn giông
Một góc bến bờ để tóc em thả sóng
Một dải bâng quơ, một dải vỗ thầm.

Anh
Người trai từng đưa em đi không biết chiều về
Mẹ sốt ruột đứng một mình ngõ vắng
Gió bờ đê thổi ngọt
Thời chúng mình ngơ ngác những vì sao.

Anh - người trai xưa và người lính trở về
Cơn mưa mang trên vai
Tuổi trai còn ắp ngực
Gia tài giản đơn, cuộc đời đẽo mộc
Không hào quang, chỉ vồng ngực là đầy
Chỉ vồng ngực ắp lên thử thách
Không tan hương bồ kết đọng thời trai.

Anh đây
Em đừng lạ và em đừng nhìn vậy
Nếu vết thương anh có thể trên mình
Anh nguyên vẹn bằng trái tim không đổi khác
Em lại đến thế là anh lại hát
Một nồng nàn vồng ngực tặng em đây.

GIFT

It's me here
Here the chest of the land, the arms of sunshine
a corner of your soul within the storm
a corner of the shore for your hair to set waves
an absent-minded strand and a softly lapping strand.

Me
the boy who took you out and forgot to bring you home in the
    afternoon
Mother stood, impatient, waiting alone in the deserted lane
Wind from the dike blew so sweetly,
in our time the stars were dazed.

Me – the boy from old days, returning soldier
carrying the rain on my shoulder
youthful manhood still full in my chest
simple belongings, a humble life
without glory, only my chest is full
Only my chest is raised, ready for challenge
not giving up the boyhood scent of soapberry.

It's me here
Please don't be distant and please don't look at me that way
even if I bear a wound on my body
I am whole with an unchanging heart
You come again and again I sing
a chest full of passion to give to you.

DÒNG SÔNG THỨ HAI

Khi em đến dòng sông kia từng trôi
Mà sao bước chân em ngừng gió
Cây gạo bờ sông ngừng lá...

Em đến như cổ xưa
Em đến như bóng tối
Tôi như con chim bay lạc giữa sao trời
Trong đáy mắt em vừa chợt mở
Không biết dòng sông còn trôi hay không?

Run run cỏ
Run run trời sao đổ
Hình như con chim khuya đang kêu
Hình như không có tiếng chim nào
Những tâm hồn lấp trong cằn khô
Chợt như nước vỡ đôi bờ hạnh phúc

Cây trốn biệt vào cây
Người trốn biệt vào người
Bao cay đắng trốn vào đôi môi khát
Hạnh phúc - một dòng sông bí mật
Sóng không bờ day dứt dội từ em.

THE SECOND RIVER

When you come, the river has flown
Somehow your footsteps stop the wind
The *gạo* tree* on the river bank stopped leafing

You come as ancient eras
You come as dark shadows
I as a bird in flight, lost among the stars
In the bottom of your eyes it suddenly opens
Not knowing, does the river still flow?

Shivering grass
Shivering sky of falling stars
It seems a night bird is calling
It seems there is no birdcall.
Souls buried in drought
Sudden as water, two banks spill over with happiness

Trees have hidden wholly in trees
People have hidden wholly in people
All bitterness has hidden in thirsty lips
Happiness is a secretive river –
Waves without shore, tormented, bounce from you.

Gạo tree: Commonly known as the cotton tree, this tropical deciduous
tree has a tall straight trunk and blooms with large, vibrant red flowers in
the spring

VỚI SÔNG ĐÀ

Dòng sông ấu thơ ta trai tráng ta xiết trong nguồn cội
Và sẽ chảy không ta như đất đai, như đời đời hùng vĩ
Nào rượu
Nào rượu
Một bình với sông Đà
Trăng ngấn nước, gió phù sa
Sông cuộn đổ vào đời ta mãnh liệt.

Rượu quê ta cất từ sông
Nghĩa ông cha chắt nguồn
Sông cất mạch từ tận cùng thớ đá
Ta uống rượu hay ta uống sông
Ngửa cổ ngợp trời nghìn trùng bất tận
Sông nằm nghe men chảy sóng sánh cổ đại.

Uống rượu với sông Đà
Thổn thức khí trời tràn tràn men đất
Ta nghe cõi xưa rần rần
Ta nghe nghìn sau mải miết
Sông Đà chảy thênh thang kỷ niệm
Chảy trong bao cất giữ tâm sự của ta
Vỗ ta bầu bạn, vỗ râm ran quê hương.

Nào rượu nào rượu, ta với sông Đà!
Nâng một chén nghìn sau còn chảy

WITH THE ĐÀ RIVER*

The river, childhood me, virile me, embraces the source
and it will flow without me like the land, ever grand
Some wine!
Some wine!
A jug with the Đà River,
the sodden moon, the delta wind
the river pours vigorously into my life.

My homeland wine distilled from the river
my ancestor's kindness distilled from the source
The river extracts springs from the deepest of its rock muscles
I drink wine or I drink the river
my head tilted back, the sky overwhelms me with endless
    immensity –
The river lies listening to the fermented flow, ancient eras
    bobbing

Drink wine with the Đà River
sobbing air, flooding the fermenting land
I hear old times rumbling by
I hear the future engrossed
The Da River flows spacious with memories,
flows in each safekeeping of my confessions
Lap against me, friendship. Lap against me, my serene
    homeland.

Some wine! Some wine! I am with the Đà River
raising a cup that still flows after a thousand years.

*The Đà River: One of the largest and most powerful rivers in northern
Vietnam, running southward from the Chinese border and feeding into
the Red River.   26

PHỐ THU

Phố vào thu ta không hơi men
Mà sao bước chân lãng đãng mây về
Sao heo may run lên chiều thẳm
Hà Nội còn thu ta còn lại gì?

Kìa cô hàng cốm
Gánh thu vào ngõ
Gánh một nỗi đồng ép khô xác lúa
Tiếng rao gầy hẻm nhỏ
Ta uống mùa thu men trời thả
Ta nhấp vàng cây gương lá say.

Mùa thu như mắt người thiếu phụ
Lẳng lơ trao chút lửa cuối hè
Cây lịm gió
Tiếng ve vùi thở gỗ
Và ngoài kia có dòng sông êm vỗ
Có con thuyền gỗ ngủ quên buồm
Có tà áo cưới xênh xang phố
Có người đơn lẻ gối ôm mưa...

Vẫn thu
Ngàn thu
Non nước Tây Hồ
Gửi nhớ cho quên gửi buồn cho cũ
Ta còn lại gì trong cơn lốc phố?
May mà em đến, may mà mùa thu
Trong đáy hồn ta còn mùa lá rụng, còn chút kiêu sa
Còn bao khắc khoải quẫy lên ngang trời.

Thu 1994

AUTUMN STREETS

Streets stepping into autumn, I am without liquor's breath
How footsteps come, returning on thin clouds
How cold wind shivers in the bottomless afternoon
Hanoi has autumn – what do I still have?

Look at the lady selling young sticky rice
hoisting autumn on her shoulder into a narrow lane
hoisting the field's sentiments with her rice plants, pressed and
    dried
the call for buyers thinning the afternoon
I drink autumn's ferment released by the sky
I sip golden trees, drunken mirror leaves

Autumn like a young lady's eyes
that coyly pass on a small flame of summer's end
Trees suddenly windless
Voices of cicadas sunk deep in the tree trunks
And out there is a river gently lapping –
There is a wooden boat asleep, forgetting its sail
There is a wedding dress, enlivening the street
There is a lone someone, pillow hugging the rain...

Still autumn
Eternal autumn
Cherished landscape *Tây Hồ*
Sends longing to forgetfulness, sends sadness to old times
What am I left with in the street's gale?
What luck you come, what luck autumn goes on
At the bottom of my soul, still season of falling leaves, a touch of
    glory
and all agitation kicking at the middle of the sky.

Autumn 1994

CÁT

Ngày ta chưa tiếng khóc cát đã nhân gian
Trong bào thai ta có tiếng cát chảy lút chân mẹ bãi sông trĩu gió
Dòng sông xổ mình phóng lũ
Để trở về nằm cát héo khô.

Ta nghe trong cát tiếng lâu đài hồi hộp của ngày mai
Thủy tinh đợi thành chai về cuộc rượu
Những mảnh gương thiếu nữ còn đang cát
Ta nghe trong cát những cơn đau của đất
Cuộc vật lộn dòng sông
Cát chỉ im lìm trắng!

Có số phận nào như cát
Có cuộc phiêu bạt vĩ đại nào như cát
Lang thang thế gian
Khi ẩn dưới chân nhàu, lúc phủ trên vương miện
Cát chỉ im lìm trắng!

Dào dạt biển. Nhấn cơn mơ sa mạc
Không hộ khẩu
Không biên giới
Cát cùng ta trộn lẫn thành đời
Ta ngả xuống tình yêu ngày thơ bé
Cát trông kìa
Cát chỉ im lìm trắng!

SAND

On the day when I was without a cry, sand had already been born
In my embryo, the sound of sand flowing into my mother's steps on
   the windy river banks.
The river unleashes itself in a sudden flood
only to return as sand, lying dry and withered.

I hear in the sand a flutter of tomorrow's castles
Crystals wait to become a bottle of wine at a party
The maidens' mirrors are sand still
I hear in sand the pains of the earth
the struggle of rivers.
The sand is only silent, white!

Is there a destiny like sand's
Is there a journey as majestic as sand's?
Wandering in the world,
at times hiding under wrinkled feet, at times covering crowns.
The sand is only silent, white!

Rolling sea. Submerging a desert dream.
No household register
No border
Sand and I sift together to become life
I lie back into the love of childhood
The sand, look -
The sand is only silent, white!

LỜI

Tôi không nói bằng chiếc lưỡi của người khác
Chiếc lưỡi đi qua ngàn cơn bão từ vựng
Chiếc lưỡi trồi sụt trên trên núi đồi thanh âm, trên thác ghềnh cú
   pháp
Chiếc lưỡi bị hành hình trong một tuyên ngôn

Tôi không nói bằng chiếc lưỡi của người khác
Cám dỗ xui nhiều điều dại dột
Người cũng dạy ta không thể uốn cong
Trên chiếc lưỡi có lời tổ tiên
Trên chiếc lưỡi có vị đắng sự thật
Trên chiếc lưỡi có vị ngọt môi em
Trên chiếc lưỡi có lời thề nước mắt

Tôi không nói bằng chiếc lưỡi của người khác
Dẫu những lời em làm ta mềm lòng
Dẫu tình yêu em từng làm ta cứng lưỡi
Tôi không nói bằng chiếc lưỡi của người khác
Một chiếc lưỡi mang điều bí mật
Và điều này chỉ người biết mà thôi

Vinpearl, Hòn Tre, 26/2/2005

31

WORDS

I do not speak with another's tongue
the tongue passes through a thousand storms of diction
the tongue rises and falls on mountains of sound, on rapids of
   grammar
the tongue executed in a declaration

I do not talk with others' tongues
temptation brings many follies
others taught me tongues can't be bent
On the tongue, the teachings of ancestors
On the tongue, the bitterness of truth
On the tongue, the sweetness of your lips
On the tongue, the oaths of tears.

I do not talk with others' tongues
although your words make my heart soft
although your love hardens my tongue
I do not talk with others' tongues
a tongue ferries secrets
and only you, only you know it.

Vinpearl, Tre island, 26 Feb. 2005

GIẤC MƠ VỀ LƯỠI

Chúng bay lượn trên cánh đồng ngôn từ
Gieo gặt thanh âm
Hoặc chôn lại trong chúng những ẩn ức của người mãi mãi
Cái chết của ngôn từ
Trong những nấm mồ lưỡi
Cái chết của chiếc lưỡi
Trên cánh đồng ngôn từ.

Bay lên
Bay lên
Bầu trời tự do
Ở đó những bài ca
Ở đó những lời ru
Rồi hạ xuống ngọt ngào trên môi tình yêu
Cũng có thể lách vào trái tim bằng mũi dao thị phi, nơi vòm
      miệng tối đen khẩu thiệt
Hoặc gặm nhấm những từ đã ruỗng.

Tôi giật mình tỉnh giấc
Hoang vu trong ảo ảnh bầy lưỡi
Đâu chiếc lưỡi của tôi, có lẫn vào ảo ảnh
Trong cơn mơ, có lạc giọng mình?

1996

33

DREAMS ABOUT TONGUES

They hover over a field of words
sowing, harvesting sounds
or burying in themselves forever in human frustrations.
The death of words
inside the tongues' tombs
the death of tongues
on the field of words.

Fly up
Fly up
Sky of freedom
There are songs
There are lullabies
Land, then, sweetly on love's lips
or swerve into hearts with slanderous blades, where pitch-dark
    palates quarrel
or gnaw away the rotten words.

I awoke with a start.
Desolate in the illusion of schools of tongues –
where is my tongue, is it lost in the illusion,
within the dream, losing its voice?

1996

MẶT

Những cái mặt di cư trong nhau
đến nỗi quên lối về
                    mặt thật!

Phải sắm nhiều vai kịch trong mỗi đời mặt
góc diễn tấu vỉa hè hay trang trọng sân khấu thời cuộc
một ánh chớp
một liu tiu cỏ biếc
mỗi mắt người một ngọn đèn soi

Những đau đáu buồn, khuôn mặt nặn nhào, khuôn mặt nhẵn
    quen
những cái mặt ẩn dụ xu nịnh
và thương thay ai đó mượn men
cả những mặt đã lạc màu chính khách

Tôi gặp đó đây nhan nhản vô cảm
có khuôn mặt một đời biểu diễn
có khuôn mặt đau nỗi đau không mặt
bóng thời gian làm xiếc phận người

Và một ngày trầm tĩnh trước gương, tôi bỗng đọc ra nhiều ngôn
    ngữ
Tự tay mình từng đã vốc lên
một gương mặt từ trong chậu rửa.

FACES

Faces migrate into each other
until they lose the way back to
                          their real faces

Having to play many roles, in the life of a face
on the street corner or on life's illustrious stage
a lighting blitz
a tiny green blade
each human eye an examining light

Lasting sorrow, molded faces, too-familiar faces
figurative fawning faces
and oh I feel sorry for the faces that have borrowed liquor
together with the faces that have paled to politics

I meet here and there countless masks
there are faces on show all their lives
faces that suffer from faceless pain –
time's shadows make a circus out of human fate

And one day, calmed before the mirror, I suddenly grasped
   many languages.
With my own hands I picked up – in my palms –
a face from the wash basin.

CUỘC CỜ

Những cái mặt mày râu nhẵn nhụi
những cặp môi mỏng quẹt và cái mồm ống thổi lụng bụng lưỡi
chúng thường hát đồng ca phản trắc và sống nhạt

Sự nhạt thường quen thậm thụt chợ phiên
lẩu thập cẩm nhậu trên bàn đố kỵ
gia vị vuốt ve
nụ cười bánh phở
trung thực và tài năng vốn vụng cơ phòng thủ
dễ bị lừa giữa chợ phù du

Sau cơn bão nhân gian tôi ngồi chơi ván cờ những cái mặt
lấy cặp môi này chặn đầu lưỡi khác
lấy bộ ria mép chiếu vào mặt mỏng tang chiếc lạt
lấy lưỡng quyền đo ván trán dơ

Nhưng tôi chỉ là người bại trận
những cái mặt đồng ca làm vỡ trận cờ

1 - 2 - 2006

37

A CHESS MATCH

Faces shaved clean,
thin lips and a bamboo-pipe mouth, tongue-bound
often sing the refrains of betrayal and a dull living.

Dullness makes a habit of sneaking to the village market
Assorted *lẩu** pots drink at the table of jealousy
caressing spices
*phở** smiles
honesty and talent are awkward in the skills of defense
and easily cheated in the midst of futile markets

After a human storm, I sit to play a chess match of faces
taking this pair of lips to stop other tongues' tips
taking the moustaches to illuminate faces thin as bamboo
    ribbons
taking the cheekbones to knock out bulging foreheads

But I am just the loser –
the faces sing in chorus to break off the match.

1 Feb. 2006

**Lẩu or"hot pot"*: A traditional Vietnamese dish consisting of a heated
pot of broth, to which various meats, seafood, vegetables, and noodles are
added and eaten from communally

**Phở*: Traditional Vietnamese rice noodles

GIẤC MƠ HÌNH CHIẾC THỚT

Giấc mơ của bầy cá luôn ám ảnh bóng hình chiếc thớt
Những mắt lưới gài bẫy trong veo
Biển mỗi ngày vẫn sóng.

Cây rơm mơ ngoạm những đàn bò
Thành thơi nằm ở góc vườn, vàng một màu thắng cuộc
Những chú chuột mơ gặm sống bẫy mèo và rửa vuốt vinh
quang...

Trong thế giới của những chiếc thớt bủa vây
Thương thay những chú cá không rạch qua được số phận
Ta thấu những bình minh của chuột lặn trong mắt mèo
Những cây rơm rạn gió sương từ thuở còn bùn đất
Rực lên hương vị tháng mười
Nhưng ước vọng không dài hơn một que diêm
Đành một ngày mục nát dưới kỷ nguyên của nấm.

Những giấc mơ
Ta đọc những giấc mơ trên từng mơn mởn lá
Trong thẳm sâu những đôi mắt lặng im kia
Trong cả những từng trải và khờ dại
Những trái tim yếm thế cất lên
Chính khúc bi ca người cất lên
Bóng hình chiếc thớt.

DREAMS IN THE SHAPE OF
CHOPPING BOARDS

The fish's dreams are haunted by the shadows of chopping
  boards.
The eyes of the net set crystalline traps.
The sea each day makes its waves.

Haystacks dream of devouring cows,
of lying leisurely in the corner of the yard, golden with victory.
Mice dream of crunching cats alive and washing their claws in
  glory.

In the sphere of the chopping board's snare,
pity the fish that cannot cut through their destiny.
I absorb the mice's sunrises, sunk in the cat's eyes
Haystacks crack with wind and dew from the era of mud and
  earth,
brighten with the aura of October
but their dreams are no longer than a matchstick,
accepting their fate, to one day rot beneath centuries of fungus.

The dreams –
I read the dreams on each young leaf bud
in the fathomless depths of pairs of silent eyes
in the experience and the innocence
The hearts, placed weakly, sing out
The sad human hymn sings out
in the shadows of the chopping boards.

TIẾNG GỌI LOÀI BÒ SÁT

Tôi nghe cả triệu năm chuyển động trong cái chớp mắt
Trên cánh đồng thời gian
Những kỷ nguyên hy vọng chưa kịp mọc chân
Loài bò sát bò.

Những dòng sông ảo ảnh. Điệu vũ khúc uốn mình
Cánh đồng trăng lênh láng chảy huyền thoại
Loài bò sát bò qua trùng điệp những cánh rừng trầm mặc
Những đỉnh cao mà loài sinh vật đứng không thể đi
Nằm sệp dưới bụng loài bò sát.

Băng qua băng qua nghìn năm, triệu năm
Quằn quại
Ngóc đầu
Lột xác
Chỉ một giấc mơ đứng
Tiếng gọi nghìn xưa đồng loại vọng về.

Và bây giờ trên cánh đồng thời gian
Ai đó vừa quỳ xuống
Bò qua thân phận mình
Họ có nghe tiếng gọi loài bò sát?

THE CALL OF REPTILES

I hear millions of years move in a single wink of the eye
on the field of time
Centuries of hope have yet to grow their feet –
the reptiles crawl.

Rivers of illusion. Dance of twirling bodies
The field of moonlight spills over with legends
Reptiles crawl through the expanse of silent forests,
heights the standing creatures cannot overcome
lying flat beneath the stomach of the reptile.

Going through going through a thousand years, a million years
writhing
raising their heads
shedding their skins
only one dream: to stand up
Calls from the distant past, as fellow creatures echo back.

And now on the field of time
someone has just knelt down
to crawl over their destiny.
Do they hear the calling of the reptiles?

PHỐ CỔ

Thời gian mốc trên tường gạch cũ
phố già, em thì mơn mởn nhú
những đường cong hau háu
mái nhấp nhô
tung tẩy gót
em kìa!

Người phố cổ bìu ríu ngách hẻm
chợ trong nhà, nhà trong chợ
đứng nêm
Bao thế hệ nhốt già trong phố
may còn có chính là em mơn mởn
những đường cong cong đến tênh hênh
những đường lõm lõm đến bờ mấp mé
tênh hênh là chỗ người ta thích
đạo đức giả bĩu môi nhưng mắt vẫn liếc nhìn

Tây ba lô được ngày hong nắng
thời gian bò qua làm nũng da non
các em Tây cũng vàng, nâu mơn mởn
mái hiên ngồi nghểnh ghế tơ hơ
đem cái Tây kia pha vào ta Việt
thế là thành văn hoá giao thoa

Phố cổ sống bởi những nét chấm phá
những đường cong
đường lõm
chợ
đêm

OLD QUARTER

Time molds on the old brick wall.
Aging lanes, you bud youthful, fresh
the lascivious curves
the ridged roofs
the playful skipping heels
oh you!

People of the Old Quarter braid into winding pathways
markets in homes, homes in markets
standing, wedged
many generations locking old age into the lanes
it's lucky you are the youthful, the fresh
those curves so curved, so beguiling
those inverted arches leading towards the threshold
false morality curls its lip but eyes steal a glance

Western backpackers are blessed with a day of sunbathing,
time crawls impishly across young skin
Western darlings also, golden brown, fresh, young
beneath the awning squatting on stools, letting too much show
take Western them, mix with Vietnamese us
to become this interlacing culture

The Old Quarter survives by sketched strokes
the curves
the inverted arch
the market
the night
the golden browns

những vàng nâu
những trắng
những đen
Người ta thích vì những mới lạ
những gì sống dai chính là nó cổ

13 - 1 - 2006

the whites
the blacks –
People like what is new and different,
what lasts because it is ancient.

13 Jan. 2009

CỔ TÍCH LÀNG

I. Giếng làng

Không còn ai gánh nước giếng làng
Tiếng gầu lịm vào bờ đá
Mặt trời lặn dưới đáy chiều váng đỏ
Giấc ngủ bầy rêu xám vỉa gạch già

Nụ cười đầy nón
Ai đổ ra lênh loáng thềm hoang
Tôi đã uống no đời thôn dã
Mảnh trăng cong vục cạn giếng làng

Thiếu nữ chiều nay thôi hong tóc
Khuya đường ngõ vắng lặng thùng khua
Tôi biết bao nàng tiên áo gụ
Đã vục từ lòng giếng những giọt mơ...

Mặt giếng cũ như mắt quê để ngỏ
Tôi về soi, ứa vỡ mạch nguồn.

II. Cổng làng

Tiễn nhau một chiều yếm thắm
Chàng trai xưa giờ đã chống gậy hèo
Những bà lão răng đen hạt nhót
Cái duyên thắm còn dắt ở hầu bao?

47

VILLAGE TALES

1. The village well

There's no one left to shoulder water from the village well
The sound of the scooping basket has died out in the stone
    embankments
The sun sinks under the ruddy bottom of the afternoon
The sleeping of moss grays old bricks.

Smiles fill colonial hats,
Pour over the deserted terrace floor
I have drunk till full the native life
The curving moon draws the water well drained

The maiden stops to dry her hair this afternoon
The late night streets and alleys absent the sounds of carrying
    buckets
I have known many fairies with brownish shirts
Scooping their droplets of dreams from the bottom of the well...

The old well's surface like deserted native eyes
I come back and mirror myself in it, the source of my stream
    breaks and overflows.

2. The village gate

Sending each other off during an afternoon of bright
    Vietnamese blouses
That boy from those times needs a walking stick now
The women whose teeth blacken like oleaster seeds

Nhón gót thời gian
Lớp gạch già lõm mặt
Cánh cổng lăn kẽo kẹt đời người

Thế giới vào làng luồn mái tam quan
Có bầy chim cắp mùa lên tổ
Có những nỗi đời lót trong rơm rạ
Có một nỗi lòng giắt một nỗi quê

Tôi khép lại những ngày xưa yếm thắm
Không sao khép nổi mắt ai chờ
Làng đã đóng đinh tôi vào cánh cửa
Mỗi ngày khép mở giữa câu thơ.

III. Ngọn khói

Nơi hạt thóc vội vàng xa vỏ
Bếp trấu ủ suông khói thả lên trời
Ôi giấc mơ của mẹ tôi
Người giấu kỹ trong từng bồ thóc
Trong nút lá chuối khô nút chặt từng lọ giống
Sương muối giăng nghẹn lúa trổ đòng

Nhưng ngọn lửa từ mẹ tôi chưa bao giờ lụi tắt
Củ khoai lùi cứ nức nở thơm ra
Ngày lận lụi nép trong vỏ trấu
Mà khói lên mơ mộng mỗi căn nhà

Tôi nhớ khói ngày quê rạn ngực
Mắt còn cay mờ một lối chiều
Có sợi khói thắt tôi không nút buộc
Em về tóc giũ cuối vườn sương

Still in their purses, their subtle charm is found

Tiptoeing time
Layers of bricks hollow their faces
The gate patiently rolls creaking as human life

The world threads into the village under the three-gate roof
Flocks of birds carry the seasons up to their nests
There are some life affairs cushioned in hay
There is a soul full of longing for the countryside

I close the doors to bygone days of bright Vietnamese blouses
But cannot close one's waiting eyes
The village has nailed me to the gate
Each day opening and closing between poetic lines.

3. Smoke-plume

Where rice seeds abandon their husks in such a hurry
The rice-husk stove keeps warm in vain, releasing smoke onto
   the sky
Oh my mother's dreams
She has carefully hidden in each rice basket
In the bottle tops of dried banana leaves that seal each
   seed-bottle tight,
Spreading frost chokes the rice plants' flowers

Still, my mother's flame has never guttered
A sweet potato buried in hot coals sends its aroma far afield

Ngày mai có thể làng thôi khói
Cơm tháng mười thôi ủ bếp tro
Khi tỉnh giấc vẫn thấy làng lẫm lũi trên mặt đất
Thì ngọn khói đã là mây biếc
Buộc tôi lên như buộc một cánh diều.

IV. Làng tôi

Những đứa trẻ sinh ra như rơm rạ
Lấm lem hơi thở mùa màng
Những vết chân trần sắp bước qua thế kỷ
Lối dẫn tôi về hằn những vết chân trâu
Bật lên giấc mơ bầy ngựa phi nước đại
Lắng nghe kẽo kẹt tre già
Chúng rỉ rả về những phận người quanh năm lấm láp
Những gương mặt lão nông như mùa đông bạc vỏ cây
Tôi chạm vào cổ tích làng tôi

Each day patiently hides next to the rice husks
So that smoke flies amorously above each home

I miss my homeland's smoke until my chest cracks
Eyes still hurt, dimming the way in the afternoon
There is a smoke string tying me without a knot.
You return, letting your hair down at the end of the dewy
    garden.

Tomorrow perhaps the village will no longer smoke
A stove of ash will no longer keeps October's rice warm
I awake to find the village still silent, solitary on the land
The smoke has turned into an emerald cloud
Tying me up as if I am a kite.

4. My village

The children were born like rice straws
Spattered with the harvest breath
Naked footsteps about to step over the century
The way back stamped with buffalo prints
Springing up dreams of horses racing at full speed
Listening to the singing of old bamboo trees.
They sing ceaselessly about people fated to be spattered all year
    long with mud
The faces of old farmers like winter paled with tree bark
I touch the tale of my village

Cổ tích làng tôi tắm ở cầu ao
Em cứ thả trắng ngần trăng ướt
Tôi vục xuống lòng tay như hứng được
Một làn hương bồ kết bay hờ

Cổ tích làng tôi đựng trong chiếc mủng
Mẹ bưng tháng năm lệch ngõ
Bưng những hạt thóc lép đi qua cơn gió
Bưng những nỗi đời đi giũ ở bờ sông

Những gương mặt lão nông giờ vơi lắm rồi
Trên đồng nội thêm nhiều nấm cỏ
Cổ tích làng tôi vùi trong đất
Những ngày xưa im mãi không về.

The tale of my village bathes at the village pond's pier
You let float a white, wet moon
I dip my palm as if to catch it
A gust of soapberry perfume coolly flies by

The tale of my village is kept in a bamboo basket
My mother bears in her hands, tilting the lane
Bears in her hands empty seeds through gusts of wind
Bears in her hands life sentiments, letting them flow into the
    river banks

The faces of old farmers grow fewer these days
The village field has added up many mounds of grass
My village tale is buried beneath the soil
Ancient days remain silent, not returning.

ABOUT THE POET

Tran Quang Quy

Born on January 2, 1955
Member of Vietnam Writers' Association

Publications:
- *Writing for You in a Narrow House* (Poems, Vietnam Writers' Association Publishing House, 1990)
- *Soulful Eyes* (Poems, Labor Publishing House, 1993)
- *Dreams in the Shape of Chopping Boards* (Poems, Vietnam Writers' Association Publishing House, 2003)
- *Face Supermarket* (Poems, Vietnam Writers' Association Publishing House, 2006)
- *The Late Confession, Sister Châu* (Film scripts – broadcasted on the National TV channel VTV3)
- *River Bank Shining Moon* (Short fiction, 2010)
- *Interviews, Interviews and Interviews* (Essays)
- *The Free Color of the Earth* (Poems, Vietnam Writers' Association Publishing House, 2012)

Arts & Literature Awards:
- Second poetry prize, Arts & Literature Army Magazine, 1984.
- Poetry prizes from Arts & Literature Weekly Newspaper in 1990 and 1995.
- Third prize for short story, The Hanoian Newspaper, 1996.
- The Literature Award 2004, the Vietnam Writers' Association for *Dreams in the Shape of Chopping Boards.*
- The Literature Award 2012, the Vietnam Writers' Association for *The Free Color of the Earth.*
- The Vietnam Government Award for Literature and Arts, 2016

ABOUT THE TRANSLATORS

Nguyen Phan Que Mai writes in both Vietnamese and English. She is the author and translator of sixteen books of poetry, fiction and non-fiction. Que Mai has won the Poetry of the Year 2010 Award from the Hanoi Writers Association, the Capital's Literature & Arts Award, First Prize - the Poetry Competition about 1,000 Years of Hanoi, as well as the Vietnam Writers Association's Award for Outstanding Contribution to the Advancement of Vietnamese Literature Overseas. She is the first South-East Asian poet published under the prestigious Lannan Translations Selection Series. Her poetry collection *The Secret of Hoa Sen* (BOA Editions, New York, 2014) is said to build new bridges between Vietnam and America—two cultures bound together by war and destruction. Que Mai's debut novel in English is forthcoming with Algonquin Books in Spring 2019. For more information, visit her website: www.nguyenphanquemai.com

Jennifer Fossenbell is an Amercian poet and teacher. She completed a Master of Fine Arts (MFA) in Creative Writing, Poetry at the University of Minnesota in 2014. Her written works, including poems, experimental fiction and translations, and critical essays, have appeared in several online and print poetry magazines in the U.S. and Vietnam. She has performed her poems at events and art festivals in Hanoi, Denver, and Minneapolis. She co-translated, with Nguyen Phan Que Mai, a collection of poems by Huu Thinh, *Wild Under the Sky* (2015). She co-edited a literary anthology of the international Hanoi Writers' Collective called *Strange Roots: Views of Hanoi* (2011). She currently lives in Beijing and is the co-founder and Managing Editor of the *InkBeat Literary Journal*. Contact at fossenbellj@gmail.com.

Other Works By Word Palace Press

How Strange it is to Be Anything at All by Joe Riley

On Tibetan Buddhism, Mantras and Drugs by Allen Ginsberg

Instructions for the Living by Mariko Nagai

Border Songs by Sam Hamill

Frets and Struts by Barry Spacks

Under Such Brilliance by Kevin Sullivan

Beauty Like a Rope by Leslie St. John

Wayfaring Stranger by Richard Tillinghast

Who on Earth by Michael Hannon

Celtic Light by Lee Perron

Tilting Point by Peter Dale Sco tt

Life by Jack Foley

Imaginary Burden by Michael Hannon

A Poem of Miracles by Jerome Rothenberg

How One Loses Notes and Sounds by Teresa Mei Chuc

The Village Sonnets by Michael Lally

Women Under the Influence by Michael C Ford

The Muse Turns Her Back by Michael Hannon

The Queen of Inglewood by Teka Lark

Forthcoming Titles

Sister Madeline by Joe Riley

Pina Bausch by Werner Lambersy (Translated by Jack Hirschman)

* 9 7 8 0 9 7 5 4 6 5 3 4 9 *